नियतीच्या बैलाला

विजय तेंडुलकर यांची नाटके

नाटके

अशी पाखरे येती
एक हट्टी मुलगी
कमला
कन्यादान
कावळ्यांची शाळा*
कुत्रे
गिधाडे
गृहस्थ*
घरटे अमुचे छान
घाशीराम कोतवाल
चिमणीचं घरं होतं मेणाचं
चिरंजीव सौभाग्यकांक्षिणी
झाला अनंत हनुमंत
त्याची पाचवी***
दंबद्वीपचा मुकाबला
नियतीच्या बैलाला**
पाहिजे जातीचे
फूटपायरीचा सम्राट
बेबी
भल्याकाका
भाऊ मुरारराव
मधल्या भिंती
माणूस नावाचे बेट
मित्राची गोष्ट
मी जिंकलो! मी हरलो!
विठ्ठला
शांतता! कोर्ट चालू आहे
श्रीमंत
सखाराम बाइंडर
सफर**
सरी ग सरी

एकांकिका

समग्र एकांकिका : भाग १
समग्र एकांकिका : भाग २
समग्र एकांकिका : भाग ३

बालवाङ्मय

इथे बाळं मिळतात
चांभारचौकशीचे नाटक
चिमणा बांधतो बंगला
पाटलाच्या पोरीचं लगीन
बाबा हरवले आहेत
बॉबीची गोष्ट
राजाराणीला घाम हवा

अनुवादित

आधे अधुरे (मूळ लेखक : मोहन राकेश)
तुघलक (मूळ लेखक : गिरीश कार्नाड)
मी कुमार (मूळ लेखक : मधु राय)
लिंकन यांचे अखेरचे दिवस
(मूळ लेखक : मार्क फॉन डॉरन)
लोभ नसावा ही विनंती
(मूळ लेखक : जॉन पॅट्रिक)
वासनाचक्र (मूळ लेखक : टेनेसी विल्यम्स)

---

* गृहस्थचे पुनर्लेखन : कावळ्यांची शाळा ** ध्वनिफितीच्या रूपानेही प्रकाशित
*** मूळ इंग्रजी : His Fifth Woman (अनु. चंद्रशेखर फणसळकर)

नियतीच्या बैलाला

विजय तेंडुलकर

पॉप्युलर प्रकाशन, मुंबई

नियतीच्या बैलाला
(म-७३६)
पॉप्युलर प्रकाशन
ISBN 978-81-7185-575-9

NIYATEECHYA BAILALA
(Marathi : Play)
Vijay Tendulkar

पहिली आवृत्ती: १९९२/१९१३
पुनर्मुद्रण : २००५/१९२७
दुसरी आवृत्ती : २०१८/१९४०

प्रकाशक
हर्ष भटकळ
पॉप्युलर प्रकाशन प्रा. लि.
३०१, महालक्ष्मी चेंबर्स
२२, भुलाभाई देसाई रोड
मुंबई ४०० ०२६

अक्षरजुळणी
संतोष गायकवाड
पिंपळे गुरव
पुणे ४११ ०२७

उद्याच्या पहाटेची
(जुनीच)
स्वप्ने पाहत
आजचा अंधार तुडवणाऱ्या
तुरळक परंतु महत्त्वाच्या
शंकर गुह नियोगी
मेधा पाटकर
अशा सर्व
सुहृदांना

: १ :

[भली सकाळ. उजाडले आहे. एक बाकडे. पलीकडे एक झाड. बाकड्याचे तोंड तिरके पण साधारणत: प्रेक्षकांकडे. बाकड्यावर व्यवस्थित घडी करून ठेवलेले कपडे म्हणजे शर्ट आणि पँट. बाकड्यापासून जवळच चपला काढून ठेवल्या आहेत. बाकड्यापासून लांब, प्रेक्षकांकडे पुढा करून एकजण उघड्याने आणि उभ्याने व्यायाम करतो आहे. हा अ.

सर्वसामान्य, कनिष्ठ मध्यमवर्गीय व्यक्तिमत्त्व.

आता दुसरा एकजण रंगमंचावर येतो. येण्यात एक अधिकार, गुर्मी. पांढरी हाफ पँट, पांढरा स्पोर्ट शर्ट, पांढरे कॅनव्हासचे बूट. हातात छडीवजा काठी. डोळ्यांना काळा चष्मा. पांढऱ्या कपड्यांनी हा जास्तच काळा वाटतो. थोडीशी ढेरी. पण ही रुबाबात भर टाकणारी. हा ब.

ब येऊन काळ्या चष्म्यातून बाकड्याकडे बघतो. मग व्यायाम करणाऱ्या 'अ'कडे पाहतो. प्रेक्षक आहेत त्या बाजूला, ते जणू निसर्गसौंदर्य आहे असे समजून पाहतो. बाकड्यावर बसण्याचे ठरवतो. बाकड्याकडे जातो. त्यावरचे कपडे पाहतो. हातातल्या छडीवजा काठीने ते सहजपणे पलीकडे सरकवतो आणि केलेल्या जागेत ऐटीने बसतो. पाहता पाहता काळ्या चष्म्यातून नाकासमोर पाहत कसल्यातरी विचारात हरवतो. जणू तो नसून त्याचा पुतळा बसला आहे.

व्यायाम करणाऱ्या 'अ'ने एका अवघड व्यायामात थांबून याची दखल घेतली आहे. तो पुन्हा व्यायामाला लागतो, पण कपाळाला आठी. आता व्यायामात त्याचे चित्त नाही. शेवटी तो व्यायाम थांबवतो. बाकड्यावरच्या कपड्यांकडे येतो. बाकड्यावर बसून स्वत:त हरवलेला ब आणि बसण्यापूर्वी

त्याने छडीवजा काठीने सरकवून ठेवलेले कपडे पाहतो. कपडे सरकवणे त्याला आवडलेले नाही. मुद्रेवर नफरत.]

अ : (बाकड्यावरची पँट उचलत) दुसऱ्याच्या वस्तूंना परवानगीशिवाय हात लावणं याला असभ्यपणा म्हणतात.

ब : (पुतळ्याप्रमाणे नाकासमोर पाहत) हात लावला नाही. काठी लावली.

अ : (वैतागून) काठी लावली! कुणाच्या परवानगीनं? कुणाच्या परवानगीनं लावली?

[ब जणू प्रश्न विचारण्यात आलाच नाही असा मख्ख.]

अ : (शर्ट चढवीत) पुन्हा तर लावून पाहा... काठी!

[ब निवांतपणे काळ्या चष्म्यातून नाकासमोर पाहतो आहे.]

अ : गुर्मी आहे! बाक कुणाच्या ... याचं नाही. सार्वजनिक आहे.

ब : (पूर्ववत नाकासमोर पाहत) तुमचे कपडे मी बाकावरच जरा पलीकडे सरकवून ठेवले.

अ : परवानगी विचारली?

ब : (नजर नाकासमोर) तुम्हीच म्हणालात, बाक सार्वजनिक आहे.

अ : (न सुचून) मग? असेल. (सुचून) पण कपडे? कपडे खाजगी आहेत की नाहीत? माझे कपडे माझ्या मालकीचे होते. (पँट चढवलेली. तिच्यावर आता पट्टा बांधत) कुणी त्यांना हात लावण्याचं काम नव्हतं. तेच ते, हात काय, काठी काय! पुन्हा चालणार नाही, सांगतोय!

[ब याची दखल न घेतल्यासारखा काळ्या चष्म्यातून समोर पाहत निश्चल. निर्विकार.]

अ : जसं काही – सगळं – (जरा अडून) बापाच्याच मालकीचं असल्यासारखे वागतात! ['ब'ची प्रतिक्रिया न्याहाळतो. ती नाही. मग जरा धीट होत] चालणार नाही. [पट्टा बांधून झालेला. पँटच्या मागल्या खिशातला कंगवा काढून केसांवरून फिरवतो. एक हलकी फुंकर मारून कंगवा पुन्हा पँटच्या मागच्या खिशात ठेवतो. हे करताना 'ब'कडे जळजळीत कटाक्ष.]

अ : (न राहवून पुटपुटतो) अर्ध्या थपडेचा नाही...

ब : (आता प्रथमच 'अ'कडे वळत) जाता ना तुम्ही?

अ : तुम्ही कोण विचारणार?

[ब यावर काही न उत्तरता काळ्या चष्म्यातून पाहतो. पुन्हा वळून नाकासमोर पाहू लागतो.]

अ : अरे वा! 'जाताय ना तुम्ही!' काय शहर आंदण दिलं काय यांना?

['ब'कडे पाहता पाहता नजरबंद झाल्यासारखा उभा.]

['अ'च्या नजरेने ब जरा अस्वस्थ. जागच्या जागी अंग चोरतो. बाकावर थोडा पलीकडे म्हणजे 'अ'पासून दूर सरकतो.]

अ : चेहरा ओळखीचा वाटतोय. पाह्यल्यासारखा वाटतोय... (आणखी पाहतो. लक्षात येऊन पुन्हा नीट पाहतो.) काळा चष्मा नवीन आहे... केसांचं वळण जरा वेगळं वाटतंय... पण शंकाच नको. ['ब'भोवती एक फेरी मारून आणखी एकदा खात्री करून घेतो.] तेच! अच्छा, तर तुम्ही 'ते' तर!

[ब डिग्निटीने पण अंग किंचित चोरून बाकावर बसलेला.] त्यामुळे गुर्मी! आं? त्यामुळे सगळं बापाचं असल्यासारखी वागणूक! त्यामुळे टर्रेबाजी!

ब : (बचावात्मक पवित्रा) माणसासारखं माणूस असू शकतं.

अ : पण वागण्यावरून पत्ता लागतो ना?

ब : तुमचे कपडे मी मला बाकावर बसता यावं म्हणून जरासे सरकवले यापलीकडे काही केलं नाही.

अ : दर्प!

ब : तो अनेकांना असतो. उदाहरणार्थ, अर्थशास्त्रज्ञांना किंवा न्यायाधीशांना.

अ : मिष्टर, कबूल करून टाका. आम्ही तुम्हाला ओळखलं आहे. तुम्ही लोकांनी चळवळ करून मुख्यमंत्रिपदावरून उडवलेले, वर्तमानपत्रांत रोज ज्यांच्या नावाचा उद्धार होत होता, ते करप्शनमधले मुकुटमणी. पदरच्या नालायकांचं उखळ पांढरं करणारे. मेडिकलच्या परीक्षेत वशिला लावून सुनेला पास करून घेणारे. स्मगलर्स, बिल्डर्स, झोपडपट्ट्यांचे दादा आणि हातभट्टीवाल्यांचे पाठीराखे. विश्वस्त निधीच्या नावाने कारखानदार आणि व्यापाऱ्यांना लुटणारे. बनावट औषधांच्या प्रकरणात खुनी अपराध्यांना पाठीशी घालणारे –

[ब एकदम उठून जाऊ लागतो.]

अ : (त्याचा शर्ट मागून पकडून) जाता कुठे? आता तर शंकाच नको! बोंब मारून माणसं जमा करतो. त्यांच्या स्वाधीन तुम्हाला करतो. नाहीतरी सगळे मागावरच आहेत तुमच्या.

ब : (डिग्निटी न सोडता) मी तुमचं काहीच केलेलं नाही.

अ : माझे कपडे का सरकवले?

ब : मला बाकावर बसता यावं म्हणून सरकवले.

अ : कुणाच्या परवानगीनं?

ब : (वैतागत तरी डिग्निटीने) ठीक आहे, चुकलं असेल. शर्ट सोडा.

अ : (शर्ट पकडलेलाच) नाही. एका माजी मुख्यमंत्र्याचा शर्ट असा माझ्या हाती लागेल असं कुणी म्हटलं असतं तर मीच विश्वास ठेवला नसता. बायकोलासुद्धा खरं वाटणार नाही. म्हणेल, बनवून सांगता. दोस्त तर सपशेल चीत होणार. माझं मलाच खरं वाटत नाही. हा शर्ट जवळ ठेवून दाखवला तरच खरं मानतील कदाचित.

ब : (डिग्निटीनेच) शर्ट सोडा. मी कुठे जात नाही.

अ : कबूल करायला तयार नव्हतात! म्हणे अर्थशास्त्रज्ञ असेन, नाहीतर न्यायाधीश. तुम्ही हुशार असाल, पण आम्हीसुद्धा काही अगदीच 'हे' नाही.

ब : शर्ट सोडा, हा पाहा मी इथे बसलो. तुम्हाला काय म्हणायचं ते ऐकतो. [बाकड्यावर बसतो.]

अ : [किंचित वेळ घेऊन शर्ट सोडतो. 'ब'कडे सावधपणे पाहतो. मग] पळालात तर पाठलाग करीन! शाळेत असताना लागोपाठ तीन वर्षं रनर-अप आलो होतो.

ब : (जरा रागात) पळण्यासारखं काही मी केलेलं नाही.

अ : म्हणजे केलंत ते काहीच नाही!

ब : काय केलं?

अ : आणखी वर विचारताय! माझे कपडे सरकवलेत. परवानगीशिवाय. आणि इतरसुद्धा... पुष्कळ काही.

ब : (पुन्हा डिग्निटीने) म्हटलं जातं ते सर्वच खरं असतं असं नाही. नाव काय तुमचं? काय करता? कसली गरज असली तर सांगा. मंत्रालयात, सरकारी कचेर्‍यांत चिठ्ठी देईन.

अ : अजून मुख्यमंत्री असल्यासारखेच बोलता की! पदच्युत केलं ना तुम्हाला? तुमच्या चिठ्ठीने आता कसलं काम होणार?

ब : होणार.

अ : होणार? ते कसं काय?

ब : कारण मी पुन्हा मुख्यमंत्री होणार हे तिथं सर्वांना माहीत आहे.

अ : तुम्ही? आणि पुन्हा मुख्यमंत्री होणार? हे इतकं सगळं झाल्यावर?

ब : माझ्याशिवाय तरणोपाय नाही.

अ : नवा मुख्यमंत्री नेमलासुद्धा!

ब : फारतर सहा महिने. वर्ष म्हणजे डोक्यावरून पाणी. त्यांना पुन्हा मलाच विचारावं लागेल. निदान माझा पाठिंबा लागेलच लागेल.

अ : विसरा राव ते आता. च्यायला, रस्तोरस्ती तुमच्या कर्मांच्या जाहिराती लागल्या आहेत. घरावर, झाडांवर, रस्त्यांवर : चोर, चोर – बिल्डर्सका दलाल. भाडखाऊ. लाचखाऊ. खुनी. लोकांच्या हातांत सापडलात तर मारतील. [ब आत्मविश्वासपूर्वक गप्प.]

अ : (त्याला पाहत) भलतीच खात्री दिसते तुम्हाला.
   [ब आत्मविश्वासपूर्वक गप्प.]

अ : कशावरून?

ब : काय कशावरून?

अ : नाही, तुम्ही पुन्हा मुख्यमंत्री होणार म्हणता त्याला आधार काय?

ब : (तुच्छतेचे स्मित करीत) बावीस वर्षं राजकारणात आहे. सातदा मंत्री झालो. दोनदा मुख्यमंत्री. दोन सरकारं पाडली. सरकारातून विरोधी पक्षाला मिळून मुख्यमंत्री होणारा मी एकटाच. विरोधी पक्षातून पुन्हा सरकार पक्षात आलो आणि मुख्यमंत्री झालो.

अ : (हे ऐकताना क्रमश: भारावलेला. आता शेजारी बसतो.) काय हो, हे कसं काय जमलं तुम्हाला?
   ['अ'ची ही विद्यार्थिवृत्ती पाहून ब आता उत्तेजित होतो.]

ब : (गंभीरपणे) मला वाटतं, जन्मतःच माझ्यात समर्थ मुख्यमंत्र्याच्या क्वालिटीज असल्या पाहिजेत.

अ : असं का? म्हणजे, आपण मुख्यमंत्री होणार, असं अगदी बालपणापासून वाटू लागलं तुम्हाला – पाळण्यात पाय दिसतात, तसं. पाळण्यात तुमचेच पाय तुम्हाला दिसले?

ब : तसंच जरी नसलं तरी प्रथम उप-मंत्री झाल्यापासून मला वाटू लागलं की मी मुख्यमंत्री होणार.

अ : अच्छा. उप-मंत्री झालात आणि तुम्ही ठरवलंत –

ब : ठरवावं लागत नाही. आत आपोआप एक वात पेटते. जिद्द तयार होते.

अ : असं? वात पेटते? आमच्यात नाही ती कसली वात पेटली? एकदाच एक जिद्द केली होती : करायचं तर कमल उपाध्येबरोबर लग्न करायचं.

पण कसलं काय आणि कसलं काय. लग्न आणखीच कुणाबरोबर झालं.
कमल उपाध्ये अलीकडेच कॅन्सरनं गेली. ऐकलं आणि बरं वाटलं. म्हणजे,
लग्न केलं असतं तरी ती जाणारच होती!

ब : (तुच्छतेने) हा विचार चूक. करायचं म्हणजे करायचं. व्हायचं म्हणजे
व्हायचं. इतर विचार मनात येता कामा नयेत. जात राहायचं. अडथळ्यांची
पर्वा करायची नाही. एकच तारा समोर आणिक!

अ : (उत्साहाने) अच्छा, म्हणजे क्रांतीच्या जयजयकारात काय आणि सत्तेच्या
खेळात काय, तत्त्व तेच. द्या टाळी! एकच तारा समोर! (स्वतःवर खूश
होत) एक-तारी व्रत! म्हणजे अशा तऱ्हेनं तुम्ही मंडळी आत वात पेटून
मोठी होता आणि एक-तारी व्रत करून आमच्या टाळक्यावर बसता!
आणि मग तेव्हाच तुम्ही ठरवलं असेल, की मुख्यमंत्री झालो की दाबजोर
पैसा करायचा, दोन्ही हातांनी ओरपायचा, त्यासाठी वाटेल ते करायला
मागंपुढं पाहायचं नाही. संकोच म्हणून बाळगायचा नाही.

ब : (न आवडून) हा समज.

अ : समज? हे सगळं वर्तमानपत्रांत छापून आलंय.

ब : चारित्र्यहनन. मला सत्तेवरून खेचण्यासाठी माझ्या प्रतिस्पर्ध्यांनी रचलेलं
कुटिल कारस्थान.

अ : म्हणजे सर्व खोटं? वर्तमानपत्रं खोटं बोलतात? तुमचे एके काळचे
सहकारी!

ब : (तुच्छतेने) यापेक्षा सरळ शत्रू परवडले.

अ : विचारवंत? बुद्धिवादी? संपादक?

ब : आधी माझ्याकडे होते. या खेपेला माझ्या प्रतिस्पर्ध्यांनी त्यांना बगलेत
मारलं.

अ : म्हणजे आम्ही इतके दिवस रोज वाचलं ते सर्व खोटं? तद्दन खोटं?

ब : कशासाठी मी पैसे खाईन? घरचा रईस माणूस आहे मी. गडगंज पैसा
आहे. दोन मुख्यमंत्री मी पोसू शकतो आणि तीन मंत्रिमंडळं. माझ्या नुसत्या
न्हाणीघराचा आकार तुमच्या घरापेक्षा मोठा असेल. संडासांना संगमरवरी
फरश्या आहेत आणि संडासाच्या भिंतींना इंपोर्टेड टाइल्स. आणि हे सर्व
वडिलार्जित आहे. जाऊन पाहणार असाल तर व्यवस्था करतो. मग
कशासाठी मला पैसा लागणार? सांगा!

[अ अवाक]

ब : (आपल्या बोलण्याचा परिणाम न्याहाळत) याचा अर्थ असा अर्थातच नव्हे की विरोधक म्हणतात ते सर्वच खोटं आहे. पैसा आला, विरोधक समजतात त्याहून जास्त आला. मीच तुम्हाला हवं तर चार जास्त तपशील देऊ शकतो. फक्त तो माझ्या घरी राहिला नाही.

अ : मग तो कुठे केला?

ब : ते तुम्ही समजा. मी ते सांगणार नाही. पण माझा कॉन्शन्स स्वच्छ आहे. (थांबून याचा परिणाम न्याहाळून) आणि हे सर्व माझ्या पूर्वीच्या सहकाऱ्यांना आणि आजच्या विरोधकांना ठाऊक आहे. गैर गोष्टी घडल्या असतील, पण त्या मी केल्या असा थोडाच त्याचा अर्थ होतो? सरकारी यंत्रणा काय मी निर्माण केली? इस्पितळं काय मी चालवतो? जीवघेणी इंजेक्शनं काय मी बनवली? माझे नालायक सहकारी – काय मी माझ्या मर्जीनं निवडले? एवढं स्वातंत्र्य मुख्यमंत्र्याला कुठे असतं? कुठे कुठे म्हणून मी लक्ष ठेवणार? लोकांचे प्रश्न सोडवू की गुप्तपोलिसी करू? तरीही जे घडलं त्याची नैतिक जबाबदारी मी स्वीकारायला तयार आहे. माझं म्हणणं इतकंच की माझ्या दगलबाज सहकाऱ्यांना याबद्दल ओरडण्याचा नैतिक अधिकार पोचत नाही. त्यांनाही माहीत आहे की सरकार चालवायचं तर खरंखोटं करावं लागतं. सर्वच बोलता येत नाही. काही वेळा खोटंही बोलावं लागतं. अपराध्यांना पाठीशी घालावं लागतं. तसं म्हटलं तर त्यांचं तरी चारित्र्य काय आहे? कोणत्या नैतिक अधिकारानं ते मला करप्ट म्हणतात? मनात आणलं तर मीच त्यांचं भांडं फोडू शकेन इतकी माहिती माझ्यापाशी आहे.

अ : मग का फोडत नाही?

ब : कारण त्यांच्या पातळीवर उतरण्याची माझी इच्छा नाही. सार्वजनिक जीवनात काही पथ्यं पाळणारा मी माणूस आहे.

अ : म्हणजे तुमचं म्हणणं, तेसुद्धा करप्टच आहेत.

ब : ते ज्यांबद्दल आज ओरडतात त्या सर्व प्रकरणांत ते माझे सहकारी होते. त्याच वेळी त्यांनी का ओरडा केला नाही? का राजीनामे दिले नाहीत? ते करप्ट तर आहेतच, शिवाय दगलबाज आहेत.

अ : असं? करप्ट आणि शिवाय दगलबाज?

ब : होय. मीही दोन सरकारं पाडली. पण कशी? मी दगलबाजी नाही केली.

अ : आणि तरी तुम्ही दोन सरकारं पाडलीत? दगलबाजी न करता?

ब : मी विरोधी पक्षांना आणि वर्तमानपत्रांना काही गुप्त कागदपत्रं पुरवली. पण मी गुप्तपणानं पुरवलेली कागदपत्रं अस्सल होती. त्यांत लांड्या-लबाड्या नव्हत्या. खोटेपणा नव्हत्या. शिवाय मंत्रिपदाचा राजीनामा देऊन मी हे केलं. जे घडलं त्यातला माझा सहभागही मी नंतर नाकारलेला नाही. उलट तो मी दिलखुलासपणे मान्य केला आहे. पण त्याहीपेक्षा, माझा सहभाग केवळ तांत्रिक होता.

अ : तांत्रिक होता?

ब : म्हणजे संबंधित निर्णय घेते वेळी मला योजनापूर्वक बाहेर ठेवण्यात आलं होतं. मला ते निर्णय बाहेरून कळले होते. त्यामुळे ते गुप्त ठेवण्याची नैतिक जबाबदारी माझ्यावर नव्हतीच.

अ : तुम्ही मंत्री असून तुम्हाला विश्वासात घेण्यात आलं नाही? बाहेर ठेवलं?

ब : कारण माझ्याविषयी तेव्हाच्या सी.एम.ला संशय होता.

अ : संशय खरा की खोटा?

ब : संशय खराच. कारण त्याआधीच्या सी.एम.ला मी त्याच्या मंत्रिमंडळात असताना सत्तेवरून पाडलं होतं आणि तेव्हा हा दुसरा सी.एम. त्या कटात माझा सहकारी होता.

अ : तरीही स्वत: सी.एम. झाल्यावर त्यानं तुम्हाला मंत्रिमंडळात घेतलं?

ब : कारण त्या अटीवरच मी आधीच्या सी.एम.ला पाडलं होतं. शिवाय मी मंत्रिमंडळाबाहेर असण्यापेक्षा आत असणं मला कमी धोक्याचं वाटलं असणार.

अ : आणि म्हणून महत्त्वाचे निर्णय घेताना त्यानं तुम्हाला बाहेर ठेवलं!

ब : राइट. म्हणून मी त्याला पाडलं.

अ : डोकं गरगरवणारा एकूण प्रकार आहे.

ब : राजकारण ऐऱ्यागैऱ्याचं काम नाही. [समोरच्या निसर्गाकडे लक्ष जाते. तन्मयतेने तो पाहतो.] वा! निसर्ग म्हणजे एक चमत्कारच आहे. पक्षी उडताना गोड दिसतात. ढग कसे पिंजलेल्या कापसासारखे वाटतात. पाणी इतकं छान दिसतं. हे सत्तेवर असतो तर कळलं नसतं. आणि आकाश केवढं प्रचंड प्रकरण आहे! सत्तेवर असताना मंत्रालयाचं छत आणि घराचं फॉल्स सीलिंग यांपलीकडे काही दिसत नसे. दिवसांच्या रात्री, रात्रींचे दिवस आणि फाइली. सहकाऱ्यांची कुटिल कारस्थानं. नोकरशाहीचे प्रताप.

अ : मग राहा आता सुखानं सत्तेशिवाय.

ब : नाही. निसर्ग एक पंधरा-वीस मिनिटं पाहायला ठीक आहे. ते काही आयुष्याचं ध्येय असू शकत नाही.

अ : मग आयुष्याचं ध्येय काय?

ब : राजकारण. त्यातून लोकसेवा. त्यासाठी सत्ता.

अ : हे राजकारण तुम्ही कुठे शिकलात हो? याचा काही कोर्सबिर्स? कॉलेजात पॉलिटिक्स म्हणून विषय असतो असं ऐकलं होतं. म्हणजे मी कॉलेजपर्यंत पोचलोच नाही.

ब : ते पॉलिटिक्स घेऊन माणसं प्राध्यापक होतात, मुख्यमंत्री नव्हे! आमचं राजकारण करता करता शिकावं लागतं.

अ : म्हणजे कसं?

ब : आता बघा. माझी उमेदवारी मी माननीय भगवानरावजी विसपुत्यांकडे केली. त्यांच्याकडे बरंच शिकायला मिळालं. त्यांचा फार जवळून अभ्यास मला घडला.

अ : फार मोठा माणूस. आम्ही वाचतो त्यांच्याबद्दल.

ब : त्यांची सार्वजनिक प्रतिमा फार स्वच्छ होती आणि खाजगी चारित्र्य चालू होतं.

अ : काय म्हणता?

ब : पुढे त्यांचा विश्वास संपादन करून मी यथाकाल त्यांना सत्तेवरून खाली खेचलं आणि प्रथमच सार्वजनिक जीवनात लागतो तो आत्मविश्वास माझ्यात आला. मग पुढे सोपं होतं. महत्त्वाचा आत्मविश्वास. एकदा तो आला की पुढे काम फक्त डोक्याचं असतं.

अ : असं का? पण डोकी राजकारणात सर्वांनाच असणार.

ब : कोण आधी डोकं चालवतो त्यावर सर्व अवलंबून असतं.

अ : (कल्पना करीत) म्हणजे अनेक डोकी शर्यतीतल्यासारखी एका वेळी वाकून उभी. गेट सेट - गो. डोकी निघाली. मग त्यातली दोन नाहीतर तीन पुढे. मग पुढलं एक मागे पडतं, मागलं एक पुढे येऊ लागतं. दोघं नेक टु नेक चालली आहेत - बक अप, चीअर अपचा गजर - दोन्ही बरोबरीनं - एखाद्या रेससारखं वाटतं आहे. तर राजकारण म्हणजे डोक्यांची रेस. डोक्याचं ऑलिम्पिक किंवा एशियाड. डोक्यांची उंच उडी, लांब उडी. डोक्याचा फुटबॉल, बास्केटबॉल, डोकेफेक. [‘ब’च्या डोक्याकडे एकटक बघत राहतो.]

ब : काय बघता?

अ : तुमचं डोकं. इतक्या जबरदस्त डोकेबाजीत तुम्ही यशस्वी होत होतात.

ब : सवयीनं मग मी माझं डोकं एका वेळी दोन दिशांनी चालवायला शिकलो. एक खरी दिशा, एक खोटी दिशा. त्यामुळे माझ्या प्रतिस्पर्ध्यांची दिशाभूल होऊ लागली.

अ : ही तुमची दुहेरी चाल त्यांच्या लक्षात नाही आली?

ब : आली. पण तोवर माझं डोकं तीन दिशांनी चालू लागलं होतं. एक खरी, एक खोटी आणि आणखी एक नक्की नसलेली म्हणजे डाउटफुल. ह्यामुळे मी कुठे जाणार हे मलाच कळत नसे तर माझ्या प्रतिस्पर्ध्यांना कुठून कळणार? पोचल्यावरच मी कुठल्या दिशेला निघालो हे मला कळे. तोपर्यंत माझ्या प्रतिस्पर्ध्यांवर मी मात केलेली असे.

अ : तुम्हाला न कळताच?

ब : हो. माझं मलाच माझ्या या गुणाचं आश्चर्य वाटतं.

अ : एक विचारतो. म्हणजे जरासं खाजगी आहे. विचारू का?

ब : उत्तर देईनच असं नाही.

अ : मान्य. तुमच्या बायकोचं तुमच्याबद्दल काय मत आहे?

ब : माझ्या बायकोचं? काय की!

अ : तुमच्या बायकोचं तुमच्याविषयीचं मत तुम्हाला माहीत नाही?

ब : का असावं? माझी बायको माझ्या मतदारसंघात नाही.

अ : मग ती कुठे आहे? घरी असते ना?

ब : माझं घर माझ्या मतदारसंघात नाही.

अ : तुमचं घर तुमच्या मतदारसंघात नाही?

ब : माझा मतदारसंघ तिकडे लांब आदिवासी भागात आहे. मीच तिकडे वर्ष वर्ष जात नाही तर माझी बायको कुठून जाणार?

अ : तरी तुम्ही निवडून येता?

ब : निवडून येण्यासाठी मतदारसंघात जाण्याची गरज नसते.

अ : मग मतदार तुम्हाला निवडून कुठल्या जोरावर देतात?

ब : माझे एजंट मतदारसंघात फिरत असतात. ते पैसे, भांडीकुंडी देतात. आदिवासी दारिद्र्यरेषेखाली असतात. पुन्हा, इमानी. एखादा बेइमान निघतो त्याला सीधं करावं लागतं. मतदार मला ओळखत नसले तरी माझ्या माणसांना ओळखतात.

अ : तुम्ही तुमच्या मतदारसंघात जातच नाही?

ब : जातो पण क्वचित. निवडणुकीच्या आधी एकदा. जाऊन काय करणार? मला त्यांची भाषा येत नाही. मग भाषण कसं करणार?

अ : अद्‌भुत आहे. तुमचे मतदार तुम्हाला न ओळखताच तुम्हाला निवडून देतात!

ब : कदाचित ओळखत नाहीत म्हणूनच निवडून देत असतील.

अ : मी तुमच्या बायकोबद्दल वेगळंच विचारणार होतो. म्हणजे थोडं घरगुती म्हणा ना! तुमच्या चारित्र्यहननानं तिला बिचारीला फारच त्रास झाला असेल, नाही?

ब : तिला सवय झाली आहे. माझं चारित्र्यहनन ही काही आता नवी गोष्ट नव्हे. मला चारित्र्य यायच्या आधीपासून ते चालूच आहे.

अ : पण तुमच्या आत्ताच्या या न भूतो न भविष्यति बदनामीनं बायको, मुलं, आप्त, नातलग यांना चारचौघांत तोंड दाखवण्याची चोरी झाली असेल की.

ब : कल्पना नाही.

अ : कल्पना नाही?

ब : वेळ कुठे आहे?

अ : अरे! आता वेळच वेळ आहे. सत्ता नाही, तेव्हा उद्‌घाटनं नाहीत, भाषणं नाहीत. दौरे नाहीत, नोकरशाही नाही, फाइली नाहीत, सहकाऱ्यांची कारस्थानं नाहीत.

ब : श्वास घ्यायला फुरसत नसते.

अ : काय म्हणता? इतकं काय करता?

ब : सत्तेवर येण्याची तयारी. सत्तेवर आल्यानंतरच्या कामांपेक्षा ती कसून करावी लागते.

अ : मी जरा विनोद करू का, विनोद?

ब : करा की. मी हसेनच असं नाही.

अ : सत्तेवर येण्याची तयारी आणि सत्तेवरून जाण्याची तयारी अशा दोन कामांत तुमचं आयुष्य आळीपाळीनं चाललं आहे.

[ब निर्विकार.]

नाहीच हसलात. हा विनोद तसा जमला नाही पण एरवी मी बरेसुद्धा विनोद करतो. बायकोसुद्धा कधी कधी हसते. पण इतके कामात आहात असं म्हणता, तर इथं कसे आलात? पुन्हा, तसे घाईतसुद्धा दिसत नाहीत.

ब : इथंही मी कामातच आहे.

अ : कामात आहात? कसलं काम करता आहात तुम्ही?

ब : माणूस प्रवासात असतो. बसलेला दिसतो. पण पुढे पुढे जात असतो. स्थिर दिसतो पण गतिमान असतो.

अ : तुम्ही प्रवासात आहात!

ब : दॅट्स राइट.

अ : आणि गाडी कुठे आहे?

ब : ती तुम्हाला दिसत नाही. पण मी गतिमान आहे – इन मोशन.

अ : म्हणजे मीही गतिमान असलो पाहिजे.

ब : तुम्ही गतिमान आहात पण वेगळ्या गाडीत आहात. माझी गाडी वेगळी. तुमची वेगळी.

अ : तुमची गाडी कसली आहे?

ब : महत्त्वाकांक्षेची. आत वात पेटलेली आहे. प्रचंड वेगानं गाडी चालली आहे. रॉकेटसारखी.

अ : आणि माझी गाडी?

ब : तुमची? तुमची गाडी बैलगाडी किंवा ढकलगाडी. ज्या गाडीवर बसून हजारो जण जन्मापासून मरणाकडे रखडत जातात, ती.

अ : आणि तरी आपण भेटलो आहोत?

ब : सगळ्या गाड्यांचा भेटण्याचा एक बिंदू असतो. रस्त्यात ढकलगाड्या, बैलगाड्या आणि मोटारी एकमेकांना भेटूनच पुढे जातात.

अ : म्हणजे तुम्ही पुढे निघून जाणार.

ब : अर्थात.

अ : पुन्हा भेटणार नाही?

ब : एकदा सत्तेवर आलो की मग मी कुणाचा राहत नाही. म्हणूनच म्हणालो, काही हवं असलं तर आताच मागून घ्या. मंत्रालयात चिठ्ठी देतो.

अ : सत्तेवर असताना एकदा तुम्ही आम्हाला भेटला होतात. तुमचे लोक-दरबार चालत त्यात माझी एक तक्रार घेऊन मी आलो होतो. म्हणजे तक्रार तशी महत्त्वाची नव्हती. पण त्या निमित्तानं जरा गंमत बघू म्हणून आलो होतो. जमलं तर तेवढेच टेलिव्हिजनवर दिसू असाही हेतू होताच. तुमचे लोक-दरबार तेव्हा टेलिव्हिजनवर दाखवले जात होते ना! पण आमची जिरली.

ब : माझ्यापर्यंत पोचता आलं नाही? ही नोकरशाही अशीच आहे. सगळीकडे लाल फीत. सरळ कुणाची तक्रार दूर झाली तर यांचं महत्त्व कसं वाढेल? लोक-दरबारातसुद्धा यांचे अडथळे. पुन्हा सत्तेवर आलो की बघतो.

अ : नाही, तुम्ही भेटलात. पण च्यायला, टेलिव्हिजनवर आमची पाठच तेवढी दिसली. तुमचं तोंड. मित्र हसले. म्हणाले, 'पाठीकडून तर पाठीकडून पण टेलिव्हिजनवर आलास!'

ब : तुमच्या कामाचं काय झालं?

अ : कुणास ठाऊक. तुम्ही आश्वासन दिलंत – टीव्ही कॅमेऱ्यासमोर. एक सहीही ठोकलीत आमच्या अर्जावर. अर्ज मंत्रालयाच्या पसाऱ्यात पुढे कुठे हरवला पत्ता नाही. पण मीसुद्धा तसा सीरिअस नव्हतोच. कुठला मुख्यमंत्री लोकांच्या खऱ्याखुऱ्या तक्रारी दूर करतो?

ब : मग त्या दूर कशा होतात?

अ : कुठे दूर होतात? अंगवळणी पडतात.

ब : मी सत्तेवर टिकलो असतो तर तुमची तक्रार निश्चित दूर केली असती. अजूनही वाटलं तर चिठ्ठी देतो; तुम्ही जाऊन संबंधित खात्याच्या सचिवाला भेटू शकता.

अ : तक्रार कुठली होती ते कुठे तुम्हाला ठाऊक आहे?

ब : कुठली होती?

अ : अर्ज करूनही माझ्या बायकोला शारीरिकदृष्ट्या पंगू माणसांसाठी असलेल्या कोट्यातून घर मिळत नाही, तर ते मिळावं.

ब : मी तर तत्काळ सही केली. पुढे काही झालं नसेल तर...

अ : दुःख नाही. कारण माझी बायको पंगू नाही.

ब : मग कोण पंगू आहे?

अ : आमच्या सात पिढ्यांत कुणी पंगू नव्हतं. बायकोच्याही सात पिढ्यांत नाही.

ब : मग पंगू माणसांसाठी असलेल्या राखीव कोट्यातून –

अ : लोक-दरबारात यायचं तर तक्रार हवी. मला ही तक्रार सुचली. तुम्ही सही केलीत.

ब : मला काय ठाऊक तुम्ही खोटी तक्रार कराल!

अ : मला तरी काय ठाऊक की तुम्ही सही कराल? तीदेखील कसलीही चौकशी न करता! मला तुमचा लोक–दरबार पाहण्याला निमित्त हवं होतं. आणि अर्थात टेलिव्हिजनवर येण्याला. तुम्हाला तुमची लोकसेवा टेलिव्हिजनवर दाखवण्याला निमित्त हवं होतं. फिटंफाट झाली. मी खोटी तक्रार केली. तुम्ही खोटी सही केलीत. टेलिव्हिजनवर पाठीकडून तरी मी दिसलो हा म्हटला तर त्यातल्या त्यात फायदा. तुमच्या लोकसेवेचा काही उपयोग झाला नाही. शेवटी स्विस बँकेतल्या त्या खात्यानं दावा साधला.

ब : [नूर बदलतो. उठून दूर जाऊन उभा राहतो] स्विस बँक? कुठली स्विस बँक? कसली स्विस बँक?

अ : तुम्हीच सांगा की.

ब : स्वित्झर्लंड कुठं आहे तेदेखील मला माहीत नाही.

अ : पण स्विस बँकेत तुमचं खातं होतं की नाही?

ब : माझ्या प्रतिस्पर्ध्यांना तसं सिद्ध करता आलेलं नाही.

अ : न का येईना! होतं की नाही?

ब : माझ्या मिळकतीचे तपशील मी जाहीर केले आहेत.

अ : ते नंबर एकच्या मिळकतीचे, असं तुमचे विरोधक आणि एके काळचे सहकारी म्हणतात.

ब : नंबर दोनच्या मिळकतीचे तपशील कोण जाहीर करतो? माझे विरोधक करतात? हे तपशील जाहीर केले जात नसतात हे त्यांनाही ठाऊक आहे. पण चिखलफेक करायची म्हटल्यावर काय?

अ : म्हणजे नंबर दोनची मिळकत आहे.

ब : तसं सिद्ध झालेलं नाही.

अ : पण तुम्हीच तर आत्ता –

ब : या प्रकारचं काहीही मी म्हटलेलं नाही. माझं इतकंच म्हणणं की ती असली तर तिचा राजकीय वादात उपयोग होणं गैर आहे. केवळ नंबर दोनची मिळकतच नव्हे – स्विस बँकेतली खाती, वेगवेगळ्या सरकारी व्यवहारांतली दलाली – विवाहबाह्य संबंधांप्रमाणे या गोष्टीदेखील खाजगी राहाव्यात. वादाला बरे विषय काय कमी आहेत? गंगा नदीचं शुद्धीकरण. गर्भजलपरीक्षा. इच्छामरण – विषय सात्त्विक, पुन्हा महत्त्वाचे.

अ : थोडक्यात, तुमच्या भानगडींऐवजी गंगा नदीच्या शुद्धीकरणाची चर्चा सर्वांनी करावी.

ब : माझ्या भानगडींच्या चर्चेचा प्रश्न येतोच कुठे? त्याबद्दल कोणत्याही नि:पक्षपाती चौकशी मंडळापुढे उभं राहण्याची तयारी मी केव्हाच दाखवली आहे.

अ : पण त्या खऱ्या आहेत की नाहीत?

ब : त्या सिद्ध होतात की नाही हा मुद्दा आहे आणि त्या सिद्ध होऊ शकत नाहीत. एकदा माझं निरपराधित्व चौकशी मंडळासमोर सिद्ध झालं की माझ्या तमाम विरोधकांवर मी बदनामीचे खटलेच भरणार आहे. काही राष्ट्रीय वृत्तपत्रंही त्यांत घेणार आहे. खटले जिंकले की मुख्यमंत्रिपदाची माझी वाट मोकळी होईल. अर्थात याला वेळ लागेल. पण ते होईल.

अ : तोवर एक-तारी व्रत! पण मी म्हणतो, एवढे विरोधक तुम्हाला असावेतच का?

ब : [अंतर्मुख होतो.] बरा प्रश्न विचारलात. जो करतो त्यालाच विरोध होतो. तुम्ही काही करीत नाही, मी करतो; म्हणून मला विरोधक असतील. वास्तविक मी खिलाडू वृत्तीचा माणूस आहे. सुसंस्कृत आहे. दिलदार आहे. उदार आहे. जे मिळेल ते सर्वांनी वाटून खावं अशा मताचा म्हणजे समाजवादी आहे.

अ : पुन्हा एक जरा खाजगी विचारू का? तुमच्या बायकोबद्दल आहे.

ब : विचारा. माझी बायको एक घरेलू आणि धार्मिक स्त्री आहे. तिच्यात विचारण्यासारखं काय असणार?

अ : तुमच्या विरोधकांबद्दल ती काय म्हणते?

ब : तिचं म्हणणं, मी श्रावणात मांसमच्छर खातो त्यामुळे असं होतं. तिच्या मते ग्रह कोपले आहेत. त्यांची शांत करायला हवी.

अ : करून पाहा. धार्मिक गोष्टींनी फायदा झाला तर ठीकच पण नुकसान तर काही नसतं. मी एकदा बायकोच्या आग्रहावरून सत्यनारायण केला आणि प्रमोशन मिळालं.

ब : ग्रहशांती करून काय होणार? पी.एम.चा कोप झाला आहे. त्याची शांत करायला हवी.

अ : पी.एम.ची शांत? ती कशी करणार?

ब : प्रयत्न चालू आहेत. अजून यावं तसं यश येत नाही. पुढल्या फेब्रुवारीपर्यंत
ते येईल असं वाटतं.

अ : हे पुढल्या फेब्रुवारीचं काय?

ब : तोवर आताच्या सी.एम.ला खाली खेचण्याची वेळ येईल. मग माझीच
गरज पी.एम.ला लागेल.

अ : अहो पण आताचा सी.एम. पी.एम.नंच खुर्चीत बसवला ना? आणि तोच
त्याला खाली खेचणार?

ब : अर्थात. तो देतो, तो घेतो. तो कर्ता, तो करविता. सर्व तोच करतो.

अ : मग त्यानंतरचा सी.एम. कोण? तुम्ही होणार?

ब : नाही. त्याला वेळ लागेल. इतक्या लौकर आता ते होणार नाही. पुन्हा,
हा पी.एम. टिकला पाहिजे.

अ : भले. म्हणजे तोसुद्धा?

ब : (रहस्यमय मुद्रा) प्रयत्न चालू आहेत.

अ : (थक्क) कुणाचे?

ब : ते इतक्यात उघड करणं राष्ट्रीय सुरक्षिततेच्या दृष्टीनं योग्य होणार नाही.

अ : (जवळ जाऊन) तुम्ही त्यात...? नाही, कुणाकडे बोलणार नाही.
तुमच्या-माझ्यात...

ब : राजकारणात एकांगी असून चालत नाही. काही वेळा दोन्ही बाजूंनी
प्रयत्नशील असणं आवश्यक असतं. म्हणजे कुठलीही बाजू जिंकली तरी
तिथे आपण असतो. तूर्त मी पी.एम.चे हात बळकट करीत त्याचं आसन
डळमळीत करू बघणाऱ्यांना जमेल ती मदत करतो आहे.

अ : हात बळकट करीत आसन डळमळीत करणाऱ्यांना मदत... हे पी.एम.ला
माहीत नसेल?

ब : पी.एम.ला काय माहीत नसतं? त्याला सर्वच माहीत असतं.

अ : आणि तरी...

ब : म्हणून तर त्यांची आमच्यावर खप्पा मर्जी आहे. त्यामुळेच हात बळकट
करण्याची मोहीम मी सध्या जोरानं हाती घेतली आहे. दिवस-रात्र ही
एकच भाषा मी हल्ली बोलतो. घरीदारी तेच. कुणी 'काय? सध्या
काय?' विचारलं की माझं उत्तर ठरलेलं : 'पंतप्रधानांचे हात बळकट
करतो आहे.' 'आज जेवणाला काय करू?' माझं उत्तर : 'आधी
पंतप्रधानांचे हात बळकट करा.' 'गाडीचा क्लच काम देत नाही. गाडी

गॅरेजला देऊ?' 'आधी पंतप्रधानजींचे हात बळकट करा.' दुसरी भाषा तूर्त नाही. काय आहे की, यातलं काही ना काही दिल्लीपर्यंत पोचतच असणार.

अ : घरी बोलता तेसुद्धा?

ब : बेडरूममध्ये बोलतो तेसुद्धा. बाथरूममध्ये अंघोळ करताना तूर्त मी 'हम होंगे कामयाब एक दिन' एवढं एकच गाणं ओरडतो. टॉयलेटमध्ये भिंतीवर ठळक अक्षरांत घोषणा लावली आहे : 'मेरा देश महान.' दिवाणखान्यापासून स्वयंपाकघरापर्यंत पी.एम.चे फोटो टांगले आहेत. अगदी बेडरूममध्येसुद्धा.

अ : (प्रभावित झालेला) इतक्या निष्ठेनं परमेश्वरसुद्धा प्रसन्न होईल.

ब : त्यात एक वेगळा धोका आहे.

अ : धोका? धोका कुठला?

ब : दिल्लीत मंत्री करतील.

अ : हात्त्याच्या. यात कसला धोका? दिल्लीला मंत्री म्हणजे बढतीच की ती!

ब : हेच ते. सत्तेच्या राजकारणात तुम्हाला काही कळत नाही. दिल्लीला मंत्रिपद म्हणजे इथल्या मुख्यमंत्रिपदाचा चान्स हुकवण्याचा पद्धतशीर डाव!

अ : असं? हे नव्हतं आलं ध्यानात. मग होऊ नका दिल्लीला मंत्री. विचारलं तर सांगून टाका 'सॉरी.'

ब : तसं केलं तर दुसरा धोका.

अ : दुसरा धोका?

ब : दुसरा धोका. कुठल्या तरी टुकार राज्याचं राज्यपालपद किंवा परराष्ट्रात वकील.

अ : (चिंतातुर) मग काय कराल? तुमचा काय विचार?

ब : अधिकारपदापासून दूर राहून पंतप्रधानांच्या नेतृत्वाखाली पक्षाचा सामान्य स्वयंसेवक म्हणून पक्षसंघटना मजबूत करीत राहणार.

अ : याने काय होईल?

ब : मुख्यमंत्रिपदाचा प्रश्न येईल तेव्हा मी मोकळा असेन.

अ : (प्रकाश पडून) खरंच की! कमाल आहे तुमच्या मेंदूची. आमच्या

कारकुनी डोक्यात हे आलंच नसतं. [विंगेत दूरवर लक्ष जाते. तिकडे पाहत] गर्दी जमू लागलेली दिसते.

ब : (चमकून तिकडे पाहतो. उठतो.) मला गेलं पाहिजे.

अ : (विंगेत पाहत) इकडेच पाहताहेत.

ब : (अस्वस्थ) दुसरा एखादा रस्ता? इथून निसटण्याचा?

अ : (दुसऱ्या विंगेत पाहतो.) तिकडेही गर्दी जमली आहे. म्हणजे त्या बाजूनंही तुम्ही जाणं धोक्याचं आहे. मग आता? फक्त हा समोरचा समुद्रच बाकी आहे. आणि तिथून तरी काय, या देशाच्या किनाऱ्यालाच लागावं लागणार.

ब : (विचारचक्र जोरात चालू) बोलण्यात वेळ झाला. (अ पाहतो आहे हे जाणवून) तसा मी लोकांना घाबरत नाही.

अ : ते तर दिसलंच आहे. पण गर्दी इकडेच सरकते आहेसं वाटतं. ओळखलं तर नसेल तुम्हाला?

[ब जोराच्या विचारात.]

ब : आपण – असं करू – कपड्यांची अदलाबदल करू.

अ : कपड्यांची अदलाबदल?

ब : तुम्ही माझे कपडे घातले म्हणून तुम्हाला कुणी मुख्यमंत्री समजणार नाही. कपडे बदलण्यानं तुमच्यात काय फरक पडणार? पण माझ्यात नक्की पडेल. आपण त्या झाडामागे जाऊ. वेळ नाही. काय ते झटपट केलं पाहिजे.

अ : मघाशी नुसतेच सरकवलेत. आता घालायला निघालात!

[ब ढकलतच 'अ'ला झाडामागे नेतो. दोघे किंचित्काळ झाडामागे दिसेनासे. मग झाडाच्या दोन बाजूंनी दोघे बाहेर येतात. दोघे तसेच दिसतात. फक्त अ आता ब झालेला आणि ब हा आता अ. थोडक्यात, दोघांनी कपड्यांबरोबर गडबडीत चेहरेही बदललेले.]

अ : ('ब'च्या आविर्भावात 'ब'ला) थँक्स. आता मी पळतो. म्हणजे निघतो.

ब : ('अ'चा आविर्भाव) थांबा. तुम्ही माझ्यासारखे का दिसताय?

अ : ('ब'ला शोभणाऱ्या खुशीने) दिसतो ना?

ब : ('अ'च्या सरळपणाने) पण चेहरासुद्धा?

अ : (बुचकळ्यात) चेहरासुद्धा? नाही. असं कसं होईल? चेहरा माझाच. ('ब'ला पाहत) पण थांबा. हा माझा चेहरा. (स्वत:चा चेहरा चाचपत) मग हा कुणाचा?

ब : माझा. राव कपड्यांबरोबर आपल्यात आणखीही अदलाबदल झाली.

अ : हे भलतंच झालं. [दोन्ही विंगांत पाहत] आता काही करायलाही वेळ नाही.

ब : ('अ'च्या पद्धतीने) म्हणजे आम्ही मेलो. मला ते तुम्ही समजणार!

अ : ('ब'च्या खुशीने) सर्वांसमोरून गेलो तरी आता कुणाला पत्ता लागणार नाही. [गर्दी दोन्ही विंगांतून येते. हाती हारतुरे. सगळे 'ब'कडे म्हणजे खऱ्या 'अ'कडे जातात.]

सगळे : ('ब'ला म्हणजे खऱ्या 'अ'ला बळेच हारतुरे देत) जिंदाबाद. अमर रहे. अभिनंदन. ताजी खबर : आत्ताच घोषणा झाली साहेब : आपण पुन्हा मुख्यमंत्री म्हणून नियुक्त झालात.

[घोषणांचा दणका. गर्दी लीनपणे 'ब'पुढे म्हणजे खऱ्या 'अ'पुढे उभी.]

अ : (हा खरा 'ब') काय? मी मुख्यमंत्री झालो? पण हे इतक्यात कसं घडलं?

सगळे : (त्याला) तुम्ही नाही, हे. ('ब'कडे म्हणजे खऱ्या 'अ'कडे निर्देश. मग 'ब'ला म्हणजे खऱ्या 'अ'ला, 'अ'कडे म्हणजे खऱ्या 'ब'कडे निर्देश करून) आटा ढिला दिसतो. दिल्लीहून आदेश आला साहेब. पक्षाची बैठक उद्या होऊन आपली रीतसर फेरनियुक्ती होईल.

[ब म्हणजे खरा अ संकोचून उभा.]

ब : (खरा अ) मला वाटतं आपण (अ म्हणजे खऱ्या 'ब'कडे निर्देश) यांच्याविषयी म्हणता.

सगळे : (तुच्छतेने 'अ'ला पाहून) हे? कोण हे?

अ : ('ब'च्या आत्मविश्वासाने) मी नवा मुख्यमंत्री. चला. कामाला लागलं पाहिजे. उद्याच्या पक्ष-बैठकीसाठी मला मोर्चेबांधणी केली पाहिजे. आयत्या वेळी काही बिनसून चालणार नाही.

सगळे : ('अ'कडे पूर्ण दुर्लक्ष करून 'ब'ला म्हणजे खऱ्या 'अ'ला) चलावं साहेब. [ब म्हणजे खरा अ यावर खऱ्या 'ब'कडे पाहतो.]

अ : ('ब'ला म्हणजे खऱ्या 'अ'ला) ते मलाच म्हणताहेत. (सगळ्यांना) मी. मी तो. दिल्लीहून ज्याच्याबद्दल आदेश आला तो मी.

सगळे : ('ब'ला म्हणजे खऱ्या 'अ'ला) चलावं. गाडी सज्ज आहे. फोटोग्राफर- [फोटोग्राफर्स सरसावून फोटो काढतात. 'ब'चे म्हणजे खऱ्या 'अ'चे. पलीकडे 'अ' म्हणजे खरा 'ब' वैतागलेला.]

अ : तुम्ही समजता ते हे नव्हेत. हे इथं व्यायाम करीत होते. रोज करतात. मी मुख्यमंत्री. नवा मुख्यमंत्री. काय आहे की आम्ही कपड्यांची

अदलाबदल केली त्यात चेहरेसुद्धा – चुकून – पण तुम्ही समजता तो मी आहे. तो तो आहे. म्हणजे खरं म्हणजे तो मी आहे आणि मी तो आहे. म्हणजे –

[सगळे 'ब' ला म्हणजे खऱ्या 'अ'ला खांद्यांवर उचलतात. त्याच्या गळ्यात हारच हार. हातात तुरे. सगळे जयघोष करीत त्याला मिरवणुकीने नेतात. 'अ' म्हणजे खरा 'ब' आता मागे उरलेला.]

अ : (प्रथमच मूढ) इतक्या झटपट घडामोडी घडतील असं वाटलं नव्हतं. आता काय करावं? [बाकड्यावर बसतो. जणू 'ब'च वाटतो. विचारमग्न.]

[काळोख]

: २ :

[पूर्वीचेच दृश्य. आता वर्ष उलटले आहे. अ बाकड्यावर बसलेला. पण हा मागच्या प्रवेशाची अखेर आठवत असेल तर खरा ब. त्यामुळे 'ब'प्रमाणे बसला आहे. अंगावर मध्यमवर्गीय कारकुनाचे कपडे.]

अ : (स्वत:शी) चेहऱ्यांची अदलाबदल झाल्यानं त्या कारकुंड्याला मुख्यमंत्री म्हणून उचलून नेला त्याला आता वर्ष झालं. तेव्हा वाटलं होतं की दोन दिवसांत पदच्युत होऊन परत येईल म्हणून; पण तो तर टिकला. त्यानं माझ्याही पलीकडे खेळ्या केल्या आणि विरोधकांना एकामागून एक नामोहरम केलं. पी.एम.ला खिशात घातला आणि एवढं कमी झालं म्हणून की काय, अखिल राष्ट्रीय पक्षावर काबू मिळवला. [नि:श्वास सोडून आसन बदलतो.] कधी नव्हे तो आपला अंदाज चुकला. कुठला कोण कारकून सी.एम. होऊन एकापेक्षा एक नीच आणि हरामी राजकीय खेळ्या यशस्वीरीत्या खेळेल असं कुणाला वाटलं असतं? आज वर्ष झालं. याच्या कर्तृत्वाचा सूर्य आपला वरवरच जातो आहे आणि मी याच्या कचेरीत कारकुनी करीत खितपत पडलो आहे. कारकुनाचा वरिष्ठ कारकून झालो तोदेखील कसाबसा. त्यासाठीसुद्धा काय राजकारण करावं लागलं! सामान्य कारकुंडे उठता-बसता या राजकारण धुरंधराला खडे चारत होते. त्यात वरिष्ठ साहेबानं खोलीत बोलवून साधी कारकुनीही जमत नसल्याची समज देऊन पुढली प्रमोशन्स थांबवण्याचा दम मारला तेव्हा तर वाटलं, पुढे होऊन गळा पकडून विचारावं, कुणाशी बोलतोस? टाडाखाली तुरुंगात फेकीन! पण ऐकून घेणं भाग होतं. हातात असतं तर सगळी कचेरी विसर्जित करून नवी बोलावली असती. पण मंत्रिमंडळ विसर्जित करण्याएवढं ते सोपं

नाही. छे. यातून काहीतरी मार्ग काढलाच पाहिजे. [पिंजऱ्यातील वाघाप्रमाणे फेऱ्या मारतो.] असं किती काळ कारकुनीत खितपत राहणार? वाघ किती काळ गवत खाणार? [थकल्यासारखा बाकड्यावर बसतो. प्रेक्षकांकडे पाठ करतो.] [ब येतो. हा खरा अ. पण सी.एम.च्या म्हणजे राष्ट्रीय पोशाखात. तोंडात पाइप.]

अ : ['अ'कडे लक्ष न जाता काही फेऱ्या मारतो.] आमच्या पक्षातल्या त्या हरामखोर पाजी आमदाराचा काटा एकदाचा वाटेतून दूर केलाच पाहिजे. पक्षात राहून लेकाचा माझ्या लँड स्कँडबद्दल वर्तमानपत्रांतून बोंबा मारतो. याची ही हिंमत? त्या अर्थी पी.एम.चा त्याला छुपा पाठिंबा असणार. सरळ टक्कर घेण्यापेक्षा विकत घेणं योग्य. काय मागतो त्याची चौकशी केली पाहिजे. तो देशव्यापी टाइम्सचा संपादकसुद्धा अलीकडे फार टूरटूर करू लागला आहे. माझ्यावर अग्रलेखातून टीका करतो! त्याच्या मालकाला फोन करून बंदोबस्त केला पाहिजे. शेपटी पिरगाळली की झक्कत वठणीवर येईल. विरोधी पक्षनेता परवा विधानसभेच्या फ्लोअरवर फार डरकाळ्या मारीत होता. त्याला एकदा जेवणाला बोलवून ठीक केला पाहिजे. छे:! आमच्या कचेरीत उभ्या बारा वर्षांत करावं लागलं नव्हतं इतकं राजकारण या मुख्यमंत्रिपदामुळे एक वर्षात झालं. रोज नवे डाव आणि नवे पेच. त्यामुळे व्यायाम सुटला. पोटही सुटलं. विश्वासच बसत नाही. कोण होतो, कोण झालो. तोसुद्धा एका फटक्यात. कपड्यांची अदलाबदल करण्याच्या गडबडीत चेहऱ्यांची अदलाबदल झाली आणि नशीबच पालटलं. तो तेव्हाचा पदच्युत मुख्यमंत्री कारकून झाला असेल. त्याचं काय झालं ते शोधावं असं मनात येई पण सवड कुठली सापडायला? अखेर वेळात वेळ काढून आज इथं पोचलो आहे. इथेच आम्ही तेव्हा भेटलो होतो. हीच ती ऐतिहासिक जागा. [आठवत पाहू लागतो.]

अ : (वळून) मुख्यमंत्री महोदय, नमस्कार.

ब : [पाहतो. काही क्षण घेऊन ओळखतो. चेहऱ्यावर प्रसन्न स्मित येते.] तू! तुझ्याच शोधात आलो!

अ : कृपा आपली.

ब : अरे कृपा कसली! मुख्यमंत्री झालो म्हणून काय माणुसकी विसरू? आमच्या लक्षात होतं, तू त्या कचेरीत कारकुनी करीत असणार. [शेजारी बाकड्यावर बसतो. 'अ'च्या पाठीवर हात ठेवतो.] मित्रा, सांग, कसं गेलं

वर्ष? कशी वाटली कारकुनी? काय करू आम्ही तुझ्यासाठी? घर हवं राहायला? पेन्शन? जास्त बरी नोकरी? चिठ्ठी देतो मंत्रालयात.

अ : (तुच्छतेने 'ब'चा हात पाठीवरून बाजूला करत) तू मला चिठ्ठी देणार? तू? मुळात मुख्यमंत्री मी होतो हे विसरलास वाटतं?

ब : (प्रसन्न स्मित कायम.) ती जुनी गोष्ट झाली. त्यानंतर तू पदच्युत झाला होतास. तेव्हाच तर आपली गाठ पडली.

अ : पुन्हा मुख्यमंत्री तेव्हा मी व्हायचा. बोलावणं माझ्यासाठी आलं होतं. केवळ चेहऱ्यांची अदलाबदल झाल्यानं तुला मी म्हणून उचलून नेला. आजही मी म्हणून तू मुख्यमंत्रिपदावर आहेस, विसरू नकोस!

ब : कसल्या गोष्टी करतो आहेस! कुणीतरी विश्वास ठेवील का?

अ : मग काय खोटं आहे मी म्हणतो ते? चेहऱ्यांची अदलाबदल झाली नसती तर कधीतरी मुख्यमंत्री झाला असतास? लायकी होती मुख्यमंत्री होण्याची?

ब : मोठ्यानं तरी बोलू नकोस. एका यशस्वी मुख्यमंत्र्याला असं विचारतात? कुणी ऐकलं तर म्हणतील. डोकं फिरलं.

अ : म्हणू देत. खरा मुख्यमंत्री मी. मी मुख्यमंत्री होण्यासाठी जन्माला आलो. मी राजकारणात रात्रंदिवस उमेदवारी केली. मी प्रतिस्पर्ध्यांशी लढती घेतल्या आणि दर वेळी माझ्या अक्कलहुशारीनं त्यांना नामोहरम करीत मुख्यमंत्रिपदापर्यंत पोचलो. मी मुख्यमंत्रिपदासाठी पक्षांतरं केली, विश्वासघात केले.

ब : कारकुनाच्या तोंडी असली भाषा शोभत नाही – असं ऐकणारे म्हणतील.

अ : कारकून? कोण कारकून? मी कारकून?

ब : मग आणखी कोण?

अ : तू कारकून. तुझा बाप कारकून. मी हाडाचा राजकारणी. दोनदा मुख्यमंत्री झालो. सातदा मंत्री. दोन सरकार मी पाडली.

ब : तो इतिहास – फक्त आपणा दोघांनाच माहीत असलेला. आता कारकून.

अ : केवळ त्या दिवशीच्या त्या एका गफलतीमुळे. त्या गफलतीमुळेच तू मुख्यमंत्री झालास. एरवी तुझी लायकी मुख्यमंत्र्याचा सचिव होण्याचीसुद्धा नव्हती, मला विचार.

ब : (प्रसन्न स्मितासह) गफलतीनं मुख्यमंत्री झालेला वर्षभर मुख्यमंत्री म्हणून टिकत नसतो. यशस्वी आणि लोकप्रिय होत नसतो. पी.एम.च्या मर्जीत राहत नसतो. देशाच्या राजकारणात हल्ली पी.एम. दिल्लीला वारंवार बोलावून

आमचा सल्ला घेतात, तुला असेलच ठाऊक. परवा तर खाजगी विमान पाठवलं होतं.

अ : त्या पी.एम.ला राजकारणातलं काही कळत नाही.

ब : बरोबर बोललास. पण असं चारचौघांत बोलशील?

अ : दहादा बोलेन. आता कसली अडचण? पी.एम. काही कारकुनी नोकरीतून मला बडतर्फ करणार नाही. ते त्याच्या अखत्यारात नाही. आणि तो मला मुख्यमंत्री करणार नाही. कारण जी एक घोडचूक मी करून बसलो तिच्यातून सुटका दिसत नाही. त्यातल्या त्यात एक बरं झालं, मुख्यमंत्र्याचा कारकूनच झालो. राजकारणातला अनुभव अगदीच वाया गेला नाही. कनिष्ठ कारकुनाचा वरिष्ठ कारकून झालो. तोदेखील काम न करता. अनेक लांगूलचालन-पारंगतांचा आणि चहाडबोचऱ्या संधिसाधूंचा सरळ आणि कड्या लढतीत पाडाव करून.

ब : हे सोपं नाही, आम्ही अनुभवानं सांगतो. आम्हीदेखील आश्चर्य करीत होतो, सत्तेच्या राजकारणात आमची पावलं पाहावी तेव्हा आपली अचूकच कशी पडताहेत? टाकावं ते पाऊल बरोबर. आता समजलं. कारकुनी नोकरीतली चाल उपयोगाला आली असली पाहिजे. राजकारण शेवटी कुठंही गेलं तरी तेच असणार. तर मित्रा, अभिनंदन. (हात पुढे धरलेला.) कर्तृत्व - मग ते एखाद्या लहान क्षेत्रात झालं तरी अभिनंदनीय. खास संदेश आम्ही नंतर पाठवूच.

अ : मुख्यमंत्र्याचा वरिष्ठ कारकून झालो हे कर्तृत्व? थू: असल्या कर्तृत्वावर!

ब : (प्रसन्नता ढळू न देता, पुढे केलेला हात मागे घेऊन) जशी तुझी इच्छा. तुझा मन:क्षोभ मला समजू शकतो. परंतु एकंदर परिस्थितीचा साकल्याने विचार करून तू तुझ्या विकारांवर शेवटी विजय मिळवशील अशी मला खात्री वाटते. बरं, तुला एक विचारायचं होतं. म्हणजे जरा खाजगीच आहे. विचारू?

[अ स्वत:च्याच रागात बसून.]

आमची ही कशी आहे?

अ : मजेत आहे.

['ब'चे प्रसन्न स्मित प्रथमच डचमळते.]

सुरुवाती सुरुवातीला माझं वागणं तिला आश्चर्यात पाडी पण मग ती रुळली.

ब : रुळली?

अ : हो, रुळली. का? रुळणार नाही असं तुला वाटलं होतं? बायका
जनतेसारख्या असतात. सत्ताबदलाबद्दल सुरुवातीला नाखूश असल्या तरी
पुढे सवयीनं रुळतात, मला विचार!

ब : आमची तशी नसेल असं वाटलं होतं.

अ : असा भ्रम जनतेबद्दलसुद्धा राजकारण्यांना होत असतो. आमच्या
बाईसाहेबांची काय खबर?

ब : कुठल्या बाईसाहेब? अधिकृत, अनधिकृत, कायम, नैमित्तिक, राजकीय,
बिनराजकीय?

अ : अधिकृत, कायम आणि बिनराजकीय.

ब : कुणास ठाऊक!

अ : कुणास ठाऊक?

ब : गाठ कुठे पडते? पडली तरी तसा संपर्क येत नाही.
[अ आनंदित.]

ब : आमच्या रात्री आणि दिवससुद्धा जातात राजकीय शय्यासोबतीत.

अ : (खुशीत) वाटलंच होतं. माझीही ती सवय असल्यानं काही काळ
आमच्या-म्हणजे खरंतर तुझ्या - मंडळीची गैरसोय झाली, पण आता सर्व
ठीकठाक आहे.

ब : (अविश्वासाच्या आणि अशक्त सुरात) ठीकठाक आहे?

अ : हो. म्हणजे अंथरुणाला पाठ टेकली की मी जो निवांत घोरतो तो एकदम
सकाळी जागा होतो.

ब : (सुटकेचा श्वास) असं असं.

अ : माझं मुख्यमंत्रिपद लाटलंस तरी तुझ्या बायकोवरचा तुझा हक्क सुटत नाही!

ब : विसरू नकोस, मुख्यमंत्रिपदापेक्षा अंगवळणी पडलेली ती सवय आहे. हक्क
सांगण्यासारखं दुसरं काही तेव्हा नव्हतंच. शिवाय बायकोही तशी वाईट
नव्हती. एकेकदा तर मला संशय येई की मी तिला खरोखरच आवडत
असावा.

अ : नक्कीच. मलासुद्धा त्याचा प्रत्यय येतो.
[ब पुन्हा आक्रसलेला.]

अ : पण मी उत्तेजन देत नाही. कारण नाही म्हटलं तरी आज ना उद्या पुन्हा
मुख्यमंत्री होण्याची मला आशा आहे.

ब : तुला म्हणून सांगतो, ते आता शक्य नाही. मी असेपर्यंत तरी नाही.

पी.एम.चं माझ्याशिवाय पान हलत नाही. कारकुनीनं केवळ राजकारणाचाच नव्हे तर खुशामतखोरपणाचाही सराव घडला होता, तो उपयोगी आला. साहेब भले नालायक आणि वर पाजी, बदमाष का असेना, त्याला खूश ठेवायचा. त्याच्यासारखा देवमाणूस दुसरा नाही असं त्याला भासवायचं. त्याच्या लाथाही शाबासक्यांसारख्या झेलायच्या. उपयोग होतो.

अ : (डोळ्यांत चमक) हे सर्व गुप्तपणे मी टेप करून पी.एम.ला ऐकवलं तर? तर तू कुठे असशील?

ब : तू कुठे असशील असं मी तुला विचारीन! मार्गात येणाऱ्याचा काटा काढण्याची कला आता मीही शिकलो आहे, हे विसरू नकोस. गेल्या वर्षात असे कैक लहान-मोठे काटे मी मोडून काढले आहेत. तू तर तसा किरकोळ काटा.

अ : (न आवडून) किरकोळ काटा? दगलबाजीतलं माझं कसब केवळ अद्वितीय होतं.

ब : कारण तेव्हा मी त्या क्षेत्रात नव्हतो. मला तरी कुठे वाटलं होतं की मी इतका मोठा दगलबाज होऊ शकेन? तसे माझ्यावरचे संस्कार चांगले. माझा बाप निष्ठावान माणूस म्हणून जगला आणि मेला. घराशी निष्ठा, घराण्याशी निष्ठा, गावाशी निष्ठा, जातीशी निष्ठा, कुलदैवताशी निष्ठा, धर्माशी निष्ठा. विड्या ओढायचा त्या घोडा छाप विडीशी निष्ठा - असं सगळं असताना इतकी दगलबाजी माझ्यात कुठून आली हा एक प्रश्नच आहे!

अ : प्रश्न खरा आहे. माझा बाप हाडाचा संधिसाधू आणि वर प्रचंड खुन्नस असलेला माणूस होता. तरीही माझ्यात कुठेतरी भाबडेपणा आणि मनाचा उमदेपणा आला तो कुठून आला असा प्रश्न मलाही पडतो.

ब : (अविश्वासाने) अच्छा?

अ : एरवी तुला माझ्या चेहऱ्यानं मुख्यमंत्री होऊ देण्याचा महामूर्खपणा मी केलाच कसा असता? केला तो केला, वर गेलं वर्षभर तो बिनबोभाट चालू दिला.

ब : कारण तुझ्या मूर्खपणाचा बोभाटा व्हावा असं तुला वाटत नव्हतं, हे एक. दुसरं, तो तू केला असतास तरी पी.एम.च्या कुत्र्यानंदेखील त्यावर विश्वास ठेवला नसता. कपडे बदलण्याच्या गडबडीत चेहऱ्यांची अदलाबदल! एकेकदा मलादेखील घडलं ते खरं वाटत नाही. वाटलं होतं, तुझ्यासारखा दिसण्यानं जिवावर बेतणार. तर मुख्यमंत्री करण्यासाठी नेलं. [बसून जवळ पलीकडे ठेवलेली अटॅची उघडतो. पहिल्या प्रवेशातले 'ब'चे कपडे काढून

देतो.] हे तुझे कपडे. माझे घेऊन तू मला घालायला दिलेस ते. कुणाचं काही ठेवून घेण्याची माझी पद्धत नाही. नाही, माझे कपडे मला परत करण्याची गरज नाही.

अ : उदार असल्याचा देखावा करतोस? चेहरा दे.

ब : उद्या म्हणशील, हात दे. पाय दे. चेहरा कसा देणार? तो आता माझा झाला. माझ्या व्यक्तिमत्त्वाचा भाग झाला. मंत्रालयात नोकरी माग. राहायला फ्लॅट माग, पेन्शन माग. जे देता येईल असं काही माग.

अ : पेन्शन!

ब : वाटल्यास वृद्ध आणि अपंगांसाठी मिळते ती आर्थिक मदत माग.

अ : स्टॉप इट! सिंह पिंजऱ्यात सापडला म्हणनू उंदीर खात नसतो!

ब : पिंजऱ्यात सापडणारे सर्वच सिंह नसतात. आता तरी आपल्या वास्तव अवस्थेचं भान ठेव. भान ठेव, तू एक कारकून आहेस.

अ : कधीही नाही!

ब : नियतीशी कसला भांडतोस? नियतीनं तुला मुख्यमंत्र्याचं कारकून केलं. नियतीच्या मनात मी कारकुनाचा मुख्यमंत्री व्हावं असं होतं. नुसता नव्हे, यशस्वी मुख्यमंत्री! शेवटी नियती खरी!

अ : त्याच नियतीनं मी पुन्हा मुख्यमंत्री होऊन दाखवीन!

ब : नियती म्हणजे काय बाजारात चार आण्यांना मिळणारी जादू आहे की कुणीही करून दाखववी? नियती ही महापर्वणी आहे. ती एकदाच येते आणि कुणाकुणाचं भलं करून जाते.

अ : नियतिशरण तुझ्यासारखे नशिबानं मुख्यमंत्री होणारे कारकून! मी जन्मजात मुख्यमंत्री आहे. कुणी सांगावं, पंतप्रधानसुद्धा होईन. मी नियती वाकवीन! मी तिला हवी तशी फिरवीन! आय विल फक् डेस्टिनी!

ब : प्रयत्न कर. लहानपणी आम्हीही असलं स्वप्नरंजन करून हस्तमैथुन करायचो. फक् अमुक, फक् तमुक. तेवढीच मजा यायची. पण हे त्या त्या वयात ठीक असतं. मी तुला सांगतो. वस्तुस्थिती कितीही कठीण असली तरी ती पत्करणं उत्तम. तू वस्तुनिष्ठ हो. कारकून म्हणून पुढचं आयुष्य प्लॅन कर. तसं ते वाईट नसतं. उत्पन्न कमी, पण खर्चही कमी. काटकसर केल्यास चक्क बचत. बचतीतून फ्रीज, टेलिव्हिजन, वॉशिंग मशीन. वर दोन किंवा तीन मुलं. साधे आनंद पण तब्बेतीला उत्तम. उगीच दगदग नाही. खा, प्या, ऑफिसात आणि घरी आराम करा.

दीर्घायुष्याची गुरुकिल्ली! माझं ऐक, उगीच आमच्या प्रांतात येण्याची
स्वप्नं पाहू नकोस. दु:खी होशील. राजकारण म्हणजे मगजमारी. स्वत:चं
असं आयुष्यच राहत नाही. सगळं सार्वजनिक. त्यात मुख्यमंत्रिपद म्हणजे
तर विचारू नकोस.

अ : मी त्यासाठीच दिवस-रात्र झुरतो आहे. आणि वाट दु:खाची आहे तर
तू तरी ती कशासाठी चालतोस?

ब : नियती, दुसरं काय! नियतीपुढे काय इलाज?

अ : (वेडावत) नियतीपुढे कॅय इलॅज!! नियतीनं आयतं दिलेलं लोणी मटकावून
वर आपण दु:खी असल्याचे बहाणे करतोस? भंपक! राजकारणातल्या
मगजमारीची नशा मला विचार. मुख्यमंत्रिपद सांभाळण्याच्या उस्तवाऱ्यांची
मौज दुसऱ्या कशात नाही. कारकुनीतल्या काटकसरीची भलावण माझ्यापुढे
करतोस? ज्यानं वाघिणीचं दूध चाखलं त्याला शेळीच्या दुधाचे फायदे
ऐकवतोस? तेही स्वत: वाघिणीचं दूध पीत?

ब : तू तुझ्या नव्या परिस्थितीनं फारच गांजलेला दिसतोस. मलाही तुझ्याबद्दल
सहानुभूती वाटते; पण मी काय करू शकतो?

अ : सांग पंतप्रधानांना की तू मी नव्हेस. म्हणजे तू, तू नव्हेस, मी आहेस.
म्हणजे मी मी आहे, तू नव्हेस. थांब! माझाच गोंधळ होऊ लागला.

ब : आपलं जे झालं ते कुणाला समजावून सांगण्याच्या पलीकडचं आहे. मी
तो प्रयत्न केला. म्हणजे पी.एम.कडे नव्हे. माझ्या पत्नीकडे. म्हणजे
तेच-तुझ्या पत्नीकडे. पण जमलं नाही. तिला वाटलं, मी मुख्यमंत्री
नेहमी करतात तसला एक फालतू विनोद करतो आहे. मी सांगत होतो
ते खरं मानणं तर सोड, त्यावर हसणंदेखील तिनं नाकारलं. उलट ती
म्हणाली, 'मला तुमच्या फालतू विनोदांचा कंटाळा आलाय. चार चांगले
विनोद तरी तुमच्या एखाद्या पी.ए.कडून घेऊन पाठ करा!' मी किती
म्हणालो की हा विनोद नाही, हे सत्य आहे. तरी ती मानत नव्हती.
तुझी बायको. माझ्याबरोबर असते ती. तिची ही कथा तर पी.एम. या
आपल्या अदलाबदलीच्या कथेवर काय रडणार? त्यापेक्षा नियतीचा
महिमा मानून आपापल्या वाट्याला आलेलं संचित निमूट जगणं योग्य
नाही तर काय?

अ : मुळीच नाही. साफ नाही. (विलक्षण बेचैन.) मी - मी पी.एम.च्या
गाडीपुढे आडवा पडून त्याची गाठ घेईन आणि त्याला सर्व पटवीन.

ब : मला त्यापूर्वीच तुला अटक करावी लागेल – पी.एम.च्या गाडीला अडथळा करण्याबद्दल. त्याला इलाज नाही. कायदा आणि सुव्यवस्थेचा प्रश्न आहे, तुला ठाऊकच आहे.

अ : मला अटक करण्याचा प्रयत्न झाल्यास मी आमरण उपोषण सुरू करीन.

ब : आत्महत्येचं कलम तुला लावावं लागेल. म्हणजे अटक आलीच. पोलीस हे करतील आणि कायद्याच्या अंमलबजावणीच्या आड मुख्यमंत्री येऊ शकत नाही.

अ : मी आत्मदहन करीन!

ब : हे फारच झालं. आत्मदहनापेक्षा सध्याचं कारकुनाचं जिणं काय वाईट आहे? शिवाय आत्मदहन करून घेऊन तू मुख्यमंत्री कुठे परलोकात होणार? की पुढल्या जन्मी? राजकारणात आयुष्य घालवून तू इतका गैरमुत्सद्दी?

अ : कोण गैरमुत्सद्दी? मी आत्मदहनाची फक्त धमकी दिली.

ब : ती मला देऊन काय उपयोग?

अ : (धुमसत) निघेल – काहीतरी उपाय निघेल. पुन्हा मुख्यमंत्री झाल्याशिवाय मी आता स्वस्थ बसणार नाही. (एकदम) मी – मी आत्मचरित्र लिहीन! त्यात सर्व तपशीलवार आणि पुराव्यासकट म्हणेन. तुझं भांडं फोडून टाकीन. लोकांना कळेल, कोण खरा मुख्यमंत्री ते.

ब : ते मी आधीच लिहिणं सुरू केलं आहे. माझं, म्हणजे तुझं आत्मचरित्र. त्यामागे लेखक लावले आहेत. समिती स्थापन झाली आहे, समिती. ते काम पुरंसुद्धा होत आलं आहे असं ऐकतो.

अ : बोगस आत्मचरित्र! मी लिहिलेलं आत्मचरित्र खरं असेल.

ब : माझंही तसं खोटं असणार नाही. कारण ते तुझंच असेल. तुझ्या बायकोनं, मेव्हण्यानं आणि सासऱ्यानं आत्मचरित्र समितीला पूर्ण सहकार्य दिलं आहे. शिवाय इतर नातेवाइकांनी आणि मित्रांनी तुझ्या – म्हणजे तेच माझ्या – हृद्य आठवणी त्यात सांगितल्या आहेत. लहानपणापासूनची भरपूर छायाचित्रं. मुखपृष्ठावर तुझा, म्हणजे माझा अनेकरंगी रुबाबदार फोटो!

अ : (भडकत) स्टॉप इट! धिस इज फ्रॉड!

ब : आत्मचरित्र म्हणजे दुसरं काय असतं? आपल्या निमित्तानं एका विशालहृदयी, औदार्यमूर्ती महामानवाविषयी लिहिणं. मधून मधून थोडी स्खलनशीलता आणि तिची हुशार, बिनतोड समर्थनं.

अ : त्या आत्मचरित्राचं मी परीक्षण लिहितो! त्यातल्या असत्याचे धिंडवडे काढतो.

ब : लोक म्हणतील, टीकाकार आहे, दुसरं काय लिहिणार? ते आत्मचरित्रावर जास्तच विश्वास ठेवतील. पण खरंतर तू उगीच परीक्षणबिरीक्षण लिहून आत्मचरित्र लोकांना वाचायला मात्र लावशील. एरवी ते कुणीच वाचणार नाही. फक्त त्यावर बोलतील. लिहितील. झाकली मूठ सव्वा लाखाची. माझं ऐक, असल्या बाबतीत गप्प राहणं केव्हाही सुज्ञपणाचं.

अ : मी – मी प्रकाशन समारंभात घुसून खरा प्रकार उघडकीला आणेन. मी भाडोत्री माणसं आणून प्रकाशन समारंभ उधळेन!

ब : त्यानं काय होईल? असले पोरकट प्रकार करणाऱ्याला खरा मुख्यमंत्री कोण मानेल?

अ : (पूर्ण वैतागत) मग मी काय करू?

ब : असं विचार! मला वाटतं की तू जरा दमानं घ्यावंस. मी तुझं नाव वक्त्यांच्या यादीत टाकायला सांगतो. तू एक भाषण कर. त्या भाषणात तू एक शंका – नुसती शंका – व्यक्त कर. मी एक का दोन? म्हणजे मुख्यमंत्र्यांच्या बाबतीत क्वचित असा भास होतो की ते दोन तर नसावेत? असं म्हणून खाली बैस.

अ : (चडफडत) त्यानं काय होईल?

ब : काय होईल? चर्चा सुरू होईल. पुढे मी मेल्यावर दहा-वीस वर्षांनी तिला जोर येईल. कुणीतरी समूळ संशोधन करून सत्य शोधून काढील की खरा मुख्यमंत्री मुळी मी नव्हतोच. तू होतास.

अ : पण तेव्हा मी मेलेला असेन!

ब : त्याला काय इलाज? पण इतिहासात सत्य प्रस्थापित होईल. तुझा मुख्य हेतू साध्य होईल.

अ : साफ चूक. माझा मुख्य हेतू कसलंही सत्य प्रस्थापित करण्याचा नसून मुख्यमंत्री होण्याचा आहे.

ब : मग त्या हिशेबात ही आपली सर्व चर्चाच चूक आहे. आत्मचरित्राचा मुद्दा साफ उपयोगाचा नाही.

[अ जोराच्या विचारात इकडे तिकडे फिरतो.]

ब : आता मी तुला एक जरा वेगळा मार्ग सुचवतो.

अ : कुठला?

ब : एक लक्षात घे, की घडल्या प्रकारानंतर आता तडकाफडकी काही मोठं घडू शकत नाही. गरज आहे दमानं घेण्याची. तू दहशतवादी हो.

अ : मी? आणि दहशतवादी? साफ नाही. दहशतवादाला माझा सक्त विरोध आहे. कारण त्यानं लोकशाही धोक्यात येते आणि लोकशाही धोक्यात आली तर सनदशीर मार्गांनी सत्तेचं राजकारण करणाऱ्यांचा रस्ताच बंद होतो.

ब : तरीदेखील सत्तेवर येण्याचा तोदेखील एक लांबचा मार्ग असतो हे तुला विसरून चालणार नाही. आणि तुला सत्तेवर यायचं आहे.

अ : दहशतवादी होऊन जगलो वाचलो तर!

ब : त्यात धोका आहे, मी नाकारीत नाही. पण माझं ऐकून घे. तू दहशतवादी होशील. मी मुख्यमंत्री म्हणून तुझ्यामागं पोलीस लावीन. पोलिसांनी भागलं नाही तर लष्कर लावीन. तू रानोमाळ फिरत लपून राहशील. सापडणार नाहीस. तुझ्या डोक्यावर इनाम जाहीर होईल. तरी तू सापडू नकोस. उपासतापास काढावे लागतील. एकाहून एक भयंकर आजार जडतील; पण सापडू नकोस. वाटलं तर तात्पुरत्या शेजारच्या देशाच्या आश्रयाला जा. आमच्या वाँटेड लिस्टवर आम्ही तुला ठेवू. तुला म्हणून अधूनमधून चुकीच्या माणसांना ठार मारून तू मेल्याचं जाहीर करू. कालांतराने तू देशात ये. एक प्रेस कॉन्फरन्स बोलाव. तिच्यात तू दहशतवादाचा त्याग केला असल्याचं आणि यानंतर आपण सनदशीर राजकारण करणार असल्याचं जाहीर कर. सनदशीर राजकारणावरची तुझी श्रद्धा जाहीर कर.

अ : त्यानं काय होईल?

ब : दहशतवादाकडून लोकशाही मार्गाकडे आल्यानं शरण आलेल्या डाकूप्रमाणे तुझंही महत्त्व वाढेल. आम्ही तुला भरपूर प्रसिद्धी देऊन अटक करू. कारण कायद्याची अंमलबजावणी झालीच पाहिजे. तुझ्यावर खटला भरून तुला तुरुंगात टाकू. मग तू पंतप्रधानांकडे माफीचा अर्ज कर. पंतप्रधान तुला उदार मनानं माफी जाहीर करतील.

अ : माझ्या मुख्यमंत्री होण्याचं काय?

ब : अशा प्रकारे सनदशीर राजकारणात पुन्हा एकदा तुझी प्रतिष्ठापना होऊन तू काही वर्षं पक्षाचा सर्वसामान्य सेवक म्हणून पक्षाची निरलस सेवा बजावशील.

अ : मुख्यमंत्री होण्याचं –

ब : पक्षाच्या निरलस कामातूनच मंत्री आणि मुख्यमंत्रिपदाची वाट जाते हे मी तुला सांगण्याचं कारण नाही. मी ते एकदा केलं – म्हणजे तूच केलंस. त्याची फळं आज मी चाखतो आहे हे तू पाहतोसच. कुणाच्या तरी कामातूनच कुणीतरी मुख्यमंत्री होत असतो असं आपण म्हणू या. तसा तू उद्या होशील!

अ : हॅं:! इतकं कोण थांबतो!

ब : तर मग एखादी राज्यक्रांती करूनच तुला सरकार ताब्यात घ्यावं लागेल. आणि ते आज तरी शक्य दिसत नाही. निवडणुकांत मतपेट्या पळवणं इतपत ठीक आहे. त्यापलीकडले मार्ग लोकशाहीविरोधी असल्यानं त्यांची गंभीर दखल घेणं मला भाग पडेल असा इशारा तुला मी देऊन ठेवतो.

अ : त्या झाडामागे कुणीतरी आहे.

ब : (उभ्या जागेवरून झाडाकडे एकदा पाहून) माझ्या सिक्युरिटीचा माणूस असेल.

अ : मला वाटतं, आपलं संभाषण कुणीतरी चोरून ऐकत होतं. (झाडाकडे पाहत) कोण आहे ते? मुकाट्यानं पुढे ये नाहीतर...

ब : (जरा वाट पाहून) मी सांगतो, कुणीही नाही. असला तर सिक्युरिटीवाला.

अ : (झाडाकडे पाहत) अखेरचा इशारा देतो! कोण असेल तो पुढे ये नाहीतर प्राणाला मुकावं लागेल.

ब : तुला भास झाला. (झाडाकडे जातो.) हे बघ. (झाडामागे जातो.) इथे कुणीही नाही.

[अ वायुवेगाने झाडामागे धावतो. झाडामागे झटापटीचे आवाज. मग सर्व शांत. आता झाडामागून ब पुढे येतो. हा मूळ आणि अस्सल ब वाटतो. आता पाइप वगैरे नाही.]

ब : फक् द डेस्टिनी! अस्सल राजकारणी आणि तोतया यातला फरक लेकाच्याला कळलाच नाही. अस्सल राजकारणी सत्तेसाठी सर्व काही करतो. तसा मी खून केला आहे आणि माझा चेहरा अखेर परत मिळवला आहे. [विकट हसून घेतो.] आता मी आणि सत्ता यांच्या मधे कुणीही येऊ शकत नाही. मी जन्मजात सत्ताधारी. सत्तेसाठी जन्माला आलेला. सत्तेसकट जगणारा. सत्ता हाती ठेवून मरणारा. आता असाच निघालो सत्तेकडे. सत्तेची चव पुन्हा चाखेन तेव्हाच जिवाला शांत वाटेल. [धावत विंगेत निघून जातो.]

[आता अ – बिनचेह‍र्याचा – झाडामागून खुरडत पुढे येतो. त्याच्या हातात त्याचा चेहरा.]

अ : कसाबसा वाचलो. तो समजला मेलो म्हणून. हा माझा चेहरा. पण याची इतकी मोडतोड झाली आहे की हा आता बसत नाही. त्यामुळे मला चेहरा नाही. वाचलो हेच पुष्कळ झालं. हा गेलेला दिसतो मंत्रालयाकडे! त्याचा चेहरा लावून. म्हणजे यालाच यानंतर सगळे मुख्यमंत्री समजणार. आमची ही मुख्यमंत्रिपदाची सद्दी अखेर अशी संपली : दगलबाजीनं. पुढे काय करावं? चेहरा नसल्यानं बायकोही ओळखणार नाही. मग इतरांची गोष्टच नको. [हातातला चेहरा चेह‍र्याच्या जागी फिट करण्याचे अयशस्वी प्रयत्न करत राहतो. अखेर वैतागून चेहरा विंगेत फेकतो.]

[दुस‍र्या विंगेतून गर्दी येते. ही पहिल्या प्रवेशाअखेरचीच गर्दी.]

सगळे : (प्रवेश करून) विजय असो! जिंदाबाद! चिरायू होवोत! मुर्दाबाद! डाउन वुइथ! हाय हाय!

अ : (साश्चर्य) काय झालं?

सगळे : आधीचा मुख्यमंत्री राज्यपालांनी पदच्युत केला! विधिमंडळ पक्षात बंडखोरी! पी.एम.ची फूस असल्याची बोलवा. नव्या सी.एम.चा शोध जारी. आपण चलावं साहेब.

अ : मी? मी चलू? कुठे?

सगळे : नवा मुख्यमंत्री होण्याला.

अ : मला तर चेहरा नाही.

सगळे : उत्तम! बेष्ट! फर्स्ट क्लास! तसाच मुख्यमंत्री हवा आहे. स्वतःचं व्यक्तिमत्त्व नसलेला. पी.एम. म्हणतील त्याला हो म्हणणारा.

अ : पण मी –

सगळे : जिंदाबाद! चिरायू होवोत! विजय असो! ['अ'ला सक्तीने उचलून खांद्यावर घेतात. घोषणा करत घेऊन जातात.]

[ब दुस‍र्या विंगेतून येतो. प्रचंड वैफल्यग्रस्त.]

ब : फक् माय डेस्टिनी! ओह, फक् इट! फक् इट! [बाकावर वैतागला बसून राहतो.]

[लंगोटी लावलेला एक हडकुळा, भयाण माणूस आता प्रवेश करतो. खोबणीतून बाहेर पडू पाहणाऱ्या डोळ्यांनी बाकड्यावरच्या 'ब'ला पाहतो. जाऊन त्याच्या शेजारी खेटून बसतो.]

ब : (न आवडून सरकून दूर होत) कोण तू?

माणूस : (भयाण हसून 'ब'ला पाहत) युअर डेस्टिनी. मतदार म्हणतात मला. तुमचा मतदार.

ब : इथं कुणी आणलं तुला?

माणूस : मीच आलो.

ब : काय आहे?

माणूस : तुम्हीच बोलावलं की राव.

ब : मी?

माणूस : तर कुणी? तुम्ही म्हणालात, फक् माय डेस्टिनी. मी तुमची डेस्टिनी. आता करा काय करता म्हनता ते.

ब : काय? (लक्षात येऊन उभा राहत) नो!!

माणूस : नाहीतर मी करतो. [उभा राहतो. कंबरेच्या लंगोटीला हात घातलेला.]

ब : नो! नो!! नो!!!

    [ब नो-नो-नो म्हणत असता काळोख किंवा पडदा.]

✳✳✳

www.ingramcontent.com/pod-product-compliance
Lightning Source LLC
LaVergne TN
LVHW021429240825
819400LV00049B/1192
* 9 7 8 8 1 7 1 8 5 5 7 5 9 *